ਇਹ ਦਰਦ ਜੋ ਮੇਰੇ ਆਪਣੇ ਨੇ

ਰੂਹ ਦੀ ਆਵਾਜ਼ — ਜ਼ਿੰਦਗੀ ਦੀ ਇਕ ਖਾਮੋਸ਼ ਬਗਾਵਤ

ਜਗਦੀਪ ਸਿੰਘ

ਸਮਰਪਿਤ

ਉਹਨਾਂ ਸਭ ਸਾਹਾਂ ਨੂੰ,

ਜਿਨ੍ਹਾਂ ਦੀ ਆਤਮਾ

ਕਿਸੇ ਨਾ ਕਿਸੇ ਕੋਨੇ ਵਿੱਚ

ਹਰ ਰੋਜ਼ ਚੁੱਪਚਾਪ

ਘੁੱਟ ਘੁੱਟ ਮਰਦੀ ਹੈ।

ਪਹਿਲਾ ਸੰਸਕਰਣ

ਆਸਟ੍ਰੇਲੀਆ ਵਿੱਚ ਪ੍ਰਕਾਸ਼ਿਤ।

ਲੇਖਕ: ਜਗਦੀਪ ਸਿੰਘ

ਲੇਖਕ ਦੇ ਦੋ ਬੋਲ

ਇਹ ਕਿਤਾਬ ਸਿਰਫ਼ ਸ਼ਬਦਾਂ ਦਾ ਸੰਗ੍ਰਹਿ ਨਹੀਂ,

ਇਹ ਮੇਰੀ ਰੂਹ ਦੀ ਉਹ ਆਵਾਜ਼ ਹੈ

ਜੋ ਕਈ ਸਾਲਾਂ ਤੱਕ ਚੁੱਪ ਰਹੀ।

ਇਹ ਲਫ਼ਜ਼ ਮੇਰੇ ਅੰਦਰਲੇ ਸੱਚ ਦੀ ਗਵਾਹੀ ਹਨ –

ਕਿਸੇ ਵਿਰੋਧ ਜਾਂ ਦੋਸ਼ ਲਈ ਨਹੀਂ,

ਸਗੋਂ ਇਕ ਖਾਮੋਸ਼ ਰੂਹ ਦੀ ਪੁਕਾਰ ਹਨ।

ਜੇ ਇਹ ਲਫ਼ਜ਼ ਤੁਹਾਡੇ ਦਿਲ ਤੱਕ ਪਹੁੰਚਣ,

ਤਾਂ ਸਮਝੋ ਮੈਂ ਅਕੇਲਾ ਨਹੀਂ ਸੀ।

ਜੋ ਕਹਿ ਨਾ ਸਕਿਆ,

ਉਹ ਲਿਖ ਦਿੱਤਾ।

ਸੂਚੀ-ਪੱਤਰ

Table of Contents

Eh Dard Jo Mere Apne Ne - Volume 1

ਇਹ ਦਰਦ ਜੋ ਮੇਰੇ ਆਪਣੇ ਨੇ

ਇਹ ਦਰਦ ਜੋ ਮੇਰੇ ਆਪਣੇ ਨੇ,
ਮੈਂ ਕਿਸੇ ਨਾਲ ਵੰਡ ਕੇ ਕੀ ਲੈਣਾ,

ਪੀੜਾਂ ਵੀ ਮੇਰੀਆਂ ਆਪਣੀਆਂ ਨੇ,
ਕਿਸੇ ਨੂੰ ਦਿਖਾ ਕੇ ਕੀ ਲੈਣਾ।

ਟੁੱਟੇ ਦਿਲਾਂ ਦੀ ਗੱਲ ਕੋਈ ਸਮਝੇ ਨਾ,
ਮੈਂ ਕਿਸੇ ਨੂੰ ਸਮਝਾ ਕੇ ਕੀ ਲੈਣਾ,

ਮਜ਼ਾਕ ਬਣਿਆ ਅੱਜ ਮੇਰਾ,
ਮੈਂ ਮਸਖਰਾ ਬਣ ਕੇ ਕੀ ਲੈਣਾ।

ਰੋਂਦੀ ਰੂਹ, ਹੱਸਦੇ ਬੁੱਲ੍ਹ,

ਦੁਨੀਆ ਨੇ ਮੇਰੇ ਰੋਣ ਨਾਲ ਕੀ ਲੈਣਾ,

ਖ਼ਵਾਬ ਟੁੱਟੇ ਅੱਜ ਸਾਰੇ,

ਮੈਂ ਖ਼ਵਾਬਾਂ ਨੂੰ ਬੁਣ ਕੇ ਕੀ ਲੈਣਾ।

ਦਾਸਤਾਨ-ਏ-ਦਰਦ ਸੀਨੇ ਵਿੱਚ ਲੁਕਾਵਾਂ,

ਮੈਂ ਰੌਲਾ ਪਾ ਕੇ ਕੀ ਲੈਣਾ,

ਮਾਰਾਂ ਆਵਾਜ਼ ਇਜ਼ਰਾਇਲ ਨੂੰ ਮੈਂ,

ਹੁਣ ਜ਼ਿੰਦਾ ਰਹਿ ਕੇ ਕੀ ਲੈਣਾ...

ਇਜ਼ਰਾਇਲ: ਮੌਤ ਦਾ ਫ਼ਰਿਸ਼ਤਾ (Azracl)

ਯਾਰ ਦੀ ਇਬਾਦਤ

ਆ ਦੇਖ ਚੱਲੀਏ ਨਜੂਮੀ ਨੂੰ,
ਹੱਥ ਆਪਾਂ ਦਿਖਾ ਲਈਏ,
ਕੁਝ ਮੱਥੇ ਦੀਆਂ ਲਕੀਰਾਂ ਵੀ,
ਓਸ ਤੋਂ ਪੜ੍ਹਾ ਲਈਏ।

ਅੱਜ ਓਸ ਨੂੰ ਪੁੱਛਾਂ ਗੱਲ ਮੈਂ,
ਕਿਉਂ ਨਾ ਕਿਸਮਤ ਚਮਕਾ ਲਈਏ,
ਪੜ੍ਹ-ਪੜ੍ਹ ਨਮਾਜ਼ਾਂ ਕੁਝ ਨਾ ਲੱਭਣਾ,
ਪਰਮਾਤਮਾ ਦੇ ਘਰ ਦੱਸ,
ਮੱਥਾ ਕਿਉਂ ਝੁਕਾ ਲਈਏ।

ਬਣਾ ਲਈਏ ਫਿਰ ਯਾਰ ਖੁਦਾ ਨੂੰ,
ਓਸ ਨੂੰ ਆਪਣੇ ਰੰਗ ਵਿੱਚ,
ਦੱਸ ਕਿਉਂ ਨਾ ਰੰਗਾ ਲਈਏ।

ਬਦਲਾਂ ਕਿਸਮਤ ਹੁਣ ਆਪਣੀ ਨੂੰ,
ਚੱਲ ਅੱਜ ਤੈਨੂੰ ਤੇਰਾ ਖ਼ੁਦਾ,
ਕਿਉਂ ਨਾ ਮਿਲਾ ਦੇਈਏ।

ਭੀੜ ਵਿੱਚ ਲੁਕਿਆ ਕਿਤੇ ਉਹ,
ਓਸ ਨੂੰ ਲੱਭਣ ਲਈ,
ਕਿਉਂ ਨਾ ਮੁਨਾਦੀ ਹੀ ਕਰਵਾ ਲਈਏ,

ਕਿਤੇ ਰੁੱਸਿਆ ਮਿਲੇ ਜੇ ਉਹ,
ਅੱਜ ਕਿਉਂ ਨਾ ਬੁੱਲ੍ਹੇ ਵਾਂਗ,
ਨੱਚ-ਨੱਚ ਯਾਰ ਹੀ ਮਨਾ ਲਈਏ...

3

ਉਡੀਕ ਤੇਰੇ ਵਿੱਚ

ਉਡੀਕ ਤੇਰੇ ਵਿੱਚ ਪਲਕਾਂ ਵਿਛਾਈਆਂ,

ਅੱਖਾਂ ਨੇ ਚੁੱਪਚਾਪ ਰਾਤਾਂ ਵਗਾਈਆਂ।

ਸਾਉਣ ਦੇ ਮਹੀਨੇ ਵਾਂਗ ਲੱਗਦੀਆਂ,

ਅੱਖਾਂ ਵਿੱਚ ਘਟਾਵਾਂ ਛਾਈਆਂ।

ਅੱਖਾਂ ਛਮ-ਛਮ ਵਰਸਦੀਆਂ ਰਹੀਆਂ,

ਹੰਝੂਆਂ ਦੀਆਂ ਨਦੀਆਂ ਵਗਾਈਆਂ।

ਕਦ ਆਵੇਂਗਾ ਤੂੰ ਮੇਰੇ ਵਿਹੜੇ,

ਯਾਦਾਂ ਨੇ ਰੂਹ ਅੰਦਰ ਧੂੜਾਂ ਵਸਾਈਆਂ।

ਹਰ ਆਹਟ 'ਤੇ ਲੱਗਦਾ ਤੂੰ ਆਇਆ,

ਦਰਵਾਜ਼ੇ ਨਾਲ ਖ਼ਾਮੋਸ਼ੀ ਟਕਰਾਈ।

ਦਿਲ ਨੇ ਹਰ ਵਾਰੀ ਧੜਕ ਕੇ ਪੁੱਛਿਆ,

ਲੱਗਦਾ ਹਵਾਵਾਂ ਨੇ ਫਿਰ ਭਰਮਾਈ।

ਪਰ ਨਾ ਆਇਆ ਮੇਰਾ ਦਿਲਬਰ ਜਾਨੀ,

ਮਰਜਾਣੇ ਨੇ ਬੜੀਆਂ ਤੜਫਾਈਆਂ।

ਦਿਨ ਸੂਨੇ, ਰਾਤਾਂ ਭਾਰੀ,

ਤਨਹਾਈ ਨੇ ਨੀਂਦਾਂ ਉਡਾਈਆਂ।

ਤੇਰੇ ਬਿਨਾਂ ਸਾਹ ਵੀ ਰੁਕਦੇ ਨੇ,

ਦੂਰੀਆਂ ਨੇ ਹੱਦਾਂ ਬਣਾਈਆਂ।

ਪਲ ਪਲ ਢਲਦੀ ਜਾਵੇ ਜਿੰਦੜੀ,

ਪੱਤਝੜ ਦੇ ਪੱਤਿਆਂ ਵਾਂਗ ਸੁੱਕਦੀ ਜਾਵੇ।

ਹੁਣ ਖ਼ਾਮੋਸ਼ੀਆਂ ਨੇ ਬਾਹਾਂ ਫੈਲਾਈਆਂ,

ਕਬਰਾਂ ਨੇ ਮੈਨੂੰ ਆਵਾਜ਼ਾਂ ਲਗਾਈਆਂ।

4

ਉਮਰਾਂ ਦੀ ਉਡੀਕ

ਉਡੀਕ ਤੇਰੀ ਵਿੱਚ ਉਮਰਾਂ ਬੀਤ ਚੱਲੀਆਂ ਨੇ,
ਅੱਖਾਂ ਹੁਣ ਹੰਝੂਆਂ ਤੋਂ ਵੀ ਰੀਤ ਚੱਲੀਆਂ ਨੇ।

ਤੂੰ ਆਉਣਾ ਸੀ ਪਰ ਹਾਲੇ ਤੱਕ ਆਇਆ ਨਹੀਂ,
ਮੇਰੀਆਂ ਸਭ ਉਮੀਦਾਂ ਹੁਣ ਹਾਰ ਕੇ ਬਹਿ ਚੱਲੀਆਂ ਨੇ।

ਰਾਤਾਂ ਦੇ ਹਨੇਰੇ ਮੈਨੂੰ ਤੇਰਾ ਪਤਾ ਪੁੱਛਦੇ ਨੇ,
ਮੇਰੇ ਦਿਲ ਦੇ ਜ਼ਖ਼ਮ ਹੁਣ ਮੈਥੋਂ ਵਡਾ ਪੁੱਛਦੇ ਨੇ।

ਮੈਂ ਹਰ ਮੋੜ 'ਤੇ ਖੜ੍ਹ ਕੇ ਤੇਰਾ ਰਾਹ ਤੱਕਿਆ,
ਹੁਣ ਤਾਂ ਮੇਰੇ ਪੈਰਾਂ ਦੇ ਨਿਸ਼ਾਨ ਵੀ ਗਵਾਹ ਪੁੱਛਦੇ ਨੇ।

ਜੇ ਮੁੜਨਾ ਨਹੀਂ ਸੀ ਤਾਂ ਖ਼ੁਆਬ ਕਿਉਂ ਦਿਖਾਏ,

ਕਿਉਂ ਮੇਰੀ ਸੁੱਕੀ ਰੂਹ ਦੇ ਚਾਨਣ ਪੁੱਛਦੇ ਨੇ।

ਹੁਣ ਤੇਰੀ ਉਡੀਕ ਹੀ ਮੇਰੀ ਜ਼ਿੰਦਗੀ ਦਾ ਸਰਮਾਇਆ,

ਚਾਹੇ ਤੂੰ ਆਵੇਂ ਜਾਂ ਨਾ,

ਮੇਰੇ ਰਾਹ ਪੁੱਛਦੇ ਨੇ।

5

ਰਿਸ਼ਤਿਆਂ ਦਾ ਜੂਆ

ਇੱਕ-ਇੱਕ ਕਰ ਅੱਜ ਜੋ,
ਕੜੀਆਂ ਟੁੱਟ ਰਹੀਆਂ ਨੇ।

ਏਹ ਜ਼ਿੰਦਗੀ ਨਹੀਂ,
ਏਹ ਮੌਤ ਦੀਆਂ ਗੱਲਾਂ
ਅੱਜ ਦੁੱਖ ਰਹੀਆਂ ਨੇ।

ਛੱਡ ਰਹੇ ਨੇ ਕਿਉਂ
ਅੱਜ ਆਪਣੇ ਹੀ,
ਸਾਥ ਆਪਣਿਆਂ ਦਾ।
ਪਤਾ ਨਹੀਂ ਖੌਰੇ ਕਿਉਂ,
ਅੱਜ ਗੱਲਾਂ ਉਹਨਾਂ ਦੀਆਂ
ਕਿਉਂ ਮੁੱਕ ਰਹੀਆਂ ਨੇ।

ਪਾ ਪਾ ਬਾਤਾਂ ਜੋ,
ਢਿੱਡ ਵਿੱਚ ਪੀੜ੍ਹਾਂ
ਸਾਡੇ ਪਾਉਂਦੇ ਸਨ।
ਅੱਜ ਅੱਖਾਂ ਕਿਉਂ
ਉਹਨਾਂ ਦੇ ਬੋਲਾਂ ਲਈ
ਝਲਕ ਰਹੀਆਂ ਨੇ।

ਬਣ ਪਰਛਾਵੇਂ ਉਹ,
ਉੱਡ ਚੱਲੇ ਫਿਰ
ਦੇਖ ਦਰਗਾਹਾਂ ਨੂੰ।
ਕਿਤੇ ਕੋਲ-ਕਰਾਰ ਅੱਜ ਕਿਉਂ,
ਉਹ ਰੂਹਾਂ ਭੁੱਲ ਚੱਲੀਆਂ ਨੇ।

ਕਿਸੇ ਦੇ ਸਾਹਾਂ 'ਚ
ਹੁਣ ਸਾਡਾ ਨਾਂ ਨਹੀਂ ਰਿਹਾ।
ਜਿਸ ਘਰ ਦੇ ਸੀ ਮਾਲਕ,
ਕਿਉਂ ਅੱਜ ਕੰਧਾਂ ਟੁੱਟ ਰਹੀਆਂ ਨੇ।

ਰਿਸ਼ਤਿਆਂ ਦੇ ਜੂਏ ਵਿੱਚ

ਹੁਣ ਜਿੱਤਣ ਦੀ ਆਸ ਨਾ ਰਹੀ।

ਜਿਸ ਥਾਂ ਵੱਸਦੇ ਸੀ,

ਉਥੇ ਹੁਣ ਸਾਡੀਆਂ ਥਾਵਾਂ

ਕਿਉਂ ਮੁੱਕ ਰਹੀਆਂ ਨੇ।

ਖ਼ੁਦ ਤੋਂ ਖ਼ੁਦ ਨੂੰ ਛੁਡਾ ਕੇ,

ਜਿਸ ਮੰਜ਼ਿਲ ਵੱਲ

ਅਸੀਂ ਚਾਲੇ ਪਾ ਰਹੇ ਹਾਂ,

ਉਸ ਮੰਜ਼ਿਲ ਦੀਆਂ ਕਿਉਂ

ਆਸਾਂ ਮੁੱਕ ਰਹੀਆਂ ਨੇ।

ਜਦੋਂ ਰੂਹ ਹੀ ਨਿਖੜ ਗਈ,

ਤਾਂ ਬੁੱਤਾਂ ਦਾ ਕੀ ਕਰਾਂਗੇ,

ਫਿਰ ਰੂਹ ਨਾਲੋਂ ਟੁੱਟ

ਇਹਨਾਂ ਰਿਸ਼ਤਿਆਂ ਦੀਆਂ

ਯਾਦਾਂ ਹੀ ਮੁੱਕ ਰਹੀਆਂ ਨੇ।

ਖੰਡਰ ਦਿਲ

ਕਦੇ ਮਹਿਲ ਸੀ ਜਜ਼ਬਾਤਾਂ ਦਾ,

ਅੱਜ ਖੰਡਰ ਬਣ ਕੇ ਰਹਿ ਗਏ ਨੇ।

ਜੋ ਹੱਸਦਾ ਸੀ ਕਦੇ ਚਾਵਾਂ ਨਾਲ,

ਅੱਜ ਹੰਝੂਆਂ ਵਿੱਚ ਹੀ ਵਹਿ ਗਏ ਨੇ।

ਜਜ਼ਬਾਤਾਂ ਦੀਆਂ ਕੰਧਾਂ 'ਤੇ ਤਰੇੜਾਂ ਪਈਆਂ,

ਯਾਦਾਂ ਦੇ ਜਾਲੇ ਲੱਗ ਗਏ ਨੇ।

ਖ਼ੁਸ਼ੀਆਂ ਦੇ ਸੂਰਜ ਡੁੱਬ ਗਏ,

ਗ਼ਮਾਂ ਦੇ ਹਨੇਰੇ ਜੱਗ ਗਏ ਨੇ।

ਖ਼ਾਮੋਸ਼ੀ ਇਸ ਦੀ ਜਾਗੀਰ ਬਣੀ,

ਮਾਤਮ ਇੱਥੇ ਸਹਿਮੇ ਖੜ੍ਹ ਗਏ ਨੇ।

ਕੋਈ ਆ ਕੇ ਹੁਣ ਕੀ ਦੇਖੇ,

ਇੱਥੇ ਰਾਖ ਦੇ ਪਹਾੜ ਲੱਗ ਗਏ ਨੇ।

ਜਿਸ ਦਿਲ ਵਿੱਚ ਤੇਰਾ ਵਾਸਾ ਸੀ,

ਉੱਥੇ ਹੁਣ ਸਾਹਾਂ ਦਾ ਵਾਸੇ ਘਟ ਗਏ ਨੇ।

ਲੱਗਦਾ ਇਸ ਜਿਸਮਾਨੀ ਖੰਡਰ ਦੀ ਹੁਣ,

ਮੁਰੰਮਤ ਦੇ ਤਮਾਸ਼ੇ ਮੁਸ਼ਕਿਲ ਨੇ।

ਇਹ ਦਿਲ ਨਹੀਂ ਰਿਹਾ ਹੁਣ ਦਿਲ,

ਇਹ ਤਾਂ ਬਸ ਇੱਕ ਸੁੰਨਾ ਖੰਡਰ ਨੇ।

ਮਿੱਟੀ ਦਾ ਢੇਰ

ਕੀ ਕਰਨਾ ਇਸ ਦੁਨੀਆ ਦਾ ਮਾਣ,

ਅਖੀਰ ਮਿੱਟੀ ਦਾ ਢੇਰ ਹੀ ਬਣ ਜਾਣਾ।

ਨਾ ਕੋਈ ਤੇਰਾ, ਨਾ ਕੋਈ ਮੇਰਾ,

ਸਭ ਨੇ ਇਸੇ ਮਿੱਟੀ ਵਿੱਚ ਸਮਾ ਜਾਣਾ।

ਜਿਸ ਜਿਸਮ 'ਤੇ ਬੜੇ ਹੰਕਾਰ ਕੀਤੇ ਤੂੰ,

ਬੜੇ ਸ਼ਿੰਗਾਰ ਕੀਤੇ ਇਸ ਚਿਹਰੇ 'ਤੇ।

ਪਰ ਜਦੋਂ ਰੂਹ ਨੇ ਉਡਾਰੀ ਮਾਰੀ,

ਇਹ ਮਿੱਟੀ ਫਿਰ ਮਿੱਟੀ ਬਣ ਜਾਣਾ।

ਮਹਿਲ ਮੁਨਾਰੇ ਸਭ ਏਥੇ ਰਹਿ ਜਾਣੇ,

ਕੋਈ ਵੀ ਸਾਥ ਨਿਭਾਵੇਗਾ ਨਹੀਂ।

ਸੰਸਾਰ ਦੇ ਇਸ ਖੇਡ-ਤਮਾਸ਼ੇ ਤੋਂ ਬਾਅਦ,

ਕਿਸੇ ਨੂੰ ਵੀ ਤੂੰ ਯਾਦ ਨਹੀਂ ਆਣਾ।

ਬੇਵਫ਼ਾ ਦੀ ਮੂਰਤ

ਮੈਂ ਤਰਾਸ਼ੀ ਸੀ ਜੋ ਮੂਰਤ,
ਅੱਜ ਉਹ ਪੱਥਰ ਹੋ ਗਈ।

ਜਿਸ ਨੂੰ ਮੰਨਿਆ ਸੀ ਖ਼ੁਦਾ,
ਉਹ ਬੇਵਫ਼ਾ ਦੀ ਤਸਵੀਰ ਹੋ ਗਈ।

ਬਣਾਇਆ ਸੀ ਦਿਲ ਵਿੱਚ ਜੋ ਮੰਦਰ,
ਅੱਜ ਉਹ ਖੰਡਰ ਹੋ ਗਿਆ।

ਸ਼ਰਧਾ ਦੇ ਫੁੱਲ ਚੜ੍ਹਾਏ ਸੀ ਜਿੱਥੇ,
ਉੱਥੇ ਅੱਜ ਹੰਝੂਆਂ ਦਾ ਸਮੰਦਰ ਹੋ ਗਿਆ।

ਹੁਣ ਉਸ ਦਰ 'ਤੇ ਮੱਥਾ ਟੇਕਣਾ ਛੱਡ ਦਿੱਤਾ ਅਸੀਂ,
ਜਿੱਥੇ ਦੁਆਵਾਂ ਵੀ ਵਪਾਰ ਬਣ ਗਈਆਂ।

ਜਿਸ ਮੰਦਰ ਦਾ ਮੈਂ ਇਕਲੈਤਾ ਪੁਜਾਰੀ ਸੀ,
ਉੱਥੇ ਅੱਜ ਗ਼ੈਰਾਂ ਦੀਆਂ ਰੌਣਕਾਂ ਸ਼ੁਮਾਰ ਹੋ ਗਈਆਂ।

ਮੈਂ ਤਾਂ ਖ਼ੂਨ ਸਿੰਜਿਆ ਸੀ ਉਸ ਨੀਂਹ ਦੇ ਵਿੱਚ,
ਪਰ ਕੰਧਾਂ ਬੇਵਫ਼ਾਈ ਦੀਆਂ ਤਿਆਰ ਹੋ ਗਈਆਂ।

ਹੁਣ ਬੁੱਤ ਵੀ ਹੱਸਦਾ ਹੈ ਮੇਰੀ ਬੇਬਸੀ 'ਤੇ,
ਤੇ ਮੇਰੀਆਂ ਸਿਜਦਿਆਂ ਦੀਆਂ ਆਦਤਾਂ ਗੁਨਾਹਗਾਰ ਹੋ ਗਈਆਂ।

ਕੀ ਕਰਾਂਗਾ ਇਸ ਹੁਸਨ ਦੀ ਮੂਰਤ ਦਾ,
ਜਿਸ ਵਿੱਚੋਂ ਰੂਹ ਹੀ ਬੇਰੂਹ ਹੋ ਗਈ।

ਮੇਰੀ ਵਫ਼ਾ ਦੀ ਕੋਈ ਕੀਮਤ ਨਾ ਰਹੀ,
ਉਸ ਬੇਵਫ਼ਾ ਦੇ ਦਰ 'ਤੇ ਮੈਂ ਨਾਕਾਮ ਹੋ ਗਿਆ।

9

ਰੋਂਦੀ ਰੂਹ, ਹੱਸਦੇ ਬੁੱਲ੍ਹ

ਰੋਂਦੀ ਰੂਹ ਤੇ ਹੱਸਦੇ ਬੁੱਲ੍ਹ,

ਇਹ ਹੁਣ ਮੇਰੀ ਪਛਾਣ ਹੋ ਗਈ।

ਜ਼ਿੰਦਗੀ ਦੇ ਇਸ ਮੇਲੇ ਵਿੱਚ,

ਮੇਰੀ ਖ਼ਾਮੋਸ਼ੀ ਹੀ ਮੇਰੀ ਜ਼ੁਬਾਨ ਹੋ ਗਈ।

ਬਾਹਰੋਂ ਸਭ ਨੂੰ ਲੱਗਦਾ ਕਿ ਮੈਂ ਬਹੁਤ ਖ਼ੁਸ਼ ਹਾਂ,

ਪਰ ਅੰਦਰੋਂ ਹਰ ਖ਼ੁਸ਼ੀ ਮੇਰੇ ਲਈ ਅਣਜਾਣ ਹੋ ਗਈ।

ਮੈਂ ਹੱਸਦਾ ਹਾਂ ਤਾਂ ਜੋ ਕੋਈ ਸਵਾਲ ਨਾ ਪੁੱਛੇ,

ਮੇਰੀ ਮੁਸਕਾਨ ਹੀ ਮੇਰੇ ਦਰਦ ਦਾ ਸ਼ਮਸ਼ਾਨ ਹੋ ਗਈ।

ਮੈਂ ਖ਼ੁਦ ਨੂੰ ਹੀ ਹੁਣ ਮਿਲਣ ਤੋਂ ਕਤਰਾਉਂਦਾ ਹਾਂ,

ਕਿਉਂਕਿ ਮੇਰੇ ਅੰਦਰ ਦੀ ਚੀਕ ਹੁਣ ਲਾ-ਇਲਾਜ ਹੋ ਗਈ।

ਸਜਦਾ ਕਰਾਂ ਮੈਂ ਇਬਲੀਸ ਨੂੰ,

ਸ਼ਾਇਦ ਮੇਰੇ ਜ਼ਖਮਾਂ ਦਾ ਕੋਈ ਇਲਾਜ ਹੋ ਜਾਵੇ।

ਦੁਨੀਆ ਨੂੰ ਸਿਰਫ਼ ਚਿਹਰੇ ਦੀ ਰੌਣਕ ਦਿਖਦੀ ਹੈ,

ਕਿਸੇ ਨੇ ਨਾ ਦੇਖਿਆ ਕਿ ਰੂਹ ਕਿਵੇਂ ਲਹੂ-ਲੁਹਾਨ ਹੋ ਗਈ।

ਕਿਸੇ ਨੂੰ ਮੇਰੇ ਰੋਣ ਤੋਂ ਕੀ ਲੈਣਾ, ਵੀਰੇ,

ਹੁਣ ਤਾਂ ਮੌਤ ਵੀ ਮੇਰੇ ਦਰਦ ਦੀ ਮਹਿਮਾਨ ਹੋ ਗਈ।

ਇਬਲੀਸ – ਇਸਲਾਮੀ ਪਰੰਪਰਾ ਅਨੁਸਾਰ ਸ਼ੈਤਾਨ

ਜਿਸਨੇ ਰੱਬ ਦੇ ਹੁਕਮ ਦੀ ਅਣਗਹਿਲੀ ਕੀਤੀ।

ਮੁਖੌਟੇ

ਐਥੇ ਹਰ ਚਿਹਰੇ 'ਤੇ ਕਈ ਮੁਖੌਟੇ ਨੇ,

ਸਭ ਦਿਖਦੇ ਸੱਚੇ, ਪਰ ਅੰਦਰੋਂ ਖੋਟੇ ਨੇ।

ਬੁੱਲ੍ਹਾਂ 'ਤੇ ਹਾਸਾ ਤੇ ਦਿਲਾਂ ਵਿੱਚ ਜ਼ਹਿਰ ਰੱਖਦੇ,

ਇਹ ਦੁਨੀਆ ਵਾਲਿਆਂ ਦੇ ਅੰਦਾਜ਼ ਕਿੰਨੇ ਖੋਟੇ ਨੇ।

ਕੋਈ ਬਣ ਆਪਣਾ ਜ਼ਖ਼ਮਾਂ ਮੇਰੀਆਂ ਵੱਢ ਰਿਹਾ,

ਕੋਈ ਅੱਧ ਵਿਚਕਾਰ ਮੇਰਾ ਹੱਥ ਛੱਡ ਰਿਹਾ।

ਮੈਂ ਤਾਂ ਸਾਫ਼ ਦਿਲ ਲੈ ਕੇ ਨਿਕਲਿਆ ਸੀ ਬਾਜ਼ਾਰ 'ਚ,

ਪਰ ਐਥੇ ਤਾਂ ਹਰ ਕੋਈ ਫ਼ਰੇਬ ਦਾ ਜਾਲ ਗੱਡ ਰਿਹਾ।

ਹੁਣ ਡਰ ਲੱਗਦਾ ਏ ਇਹਨਾਂ ਮਾਸੂਮ ਚਿਹਰਿਆਂ ਤੋਂ,

ਇੱਕ ਵਾਰ ਵਿੱਚ ਹੀ ਫੱਟ ਬੜੇ ਗਹਿਰੇ ਕਰ ਰਹੇ ਨੇ।

ਸੋਚਦਾ ਹਾਂ ਹੁਣ ਕੱਲਾ ਰਹਿਣਾ ਹੀ ਚੰਗਾ ਏ,

ਕੀ ਲੈਣਾ ਇਹਨਾਂ ਦੋ-ਮੂੰਹੇ ਚਿਹਰਿਆਂ ਤੋਂ।

ਹੱਸਦਾ ਜ਼ਖ਼ਮ

ਮੇਰੇ ਆਪਣੇ ਦਰਦਾਂ ਦਾ ਅੱਜ ਤਮਾਸ਼ਾ ਹੋ ਗਿਆ,

ਮੈਂ ਹੱਸਦੇ-ਹੱਸਦੇ ਖ਼ੁਦ ਹੀ ਇੱਕ ਹਾਸਾ ਹੋ ਗਿਆ।

ਲੋਕ ਆਉਂਦੇ ਨੇ ਮੇਰੀ ਬਰਬਾਦੀ ਦਾ ਮੰਜ਼ਰ ਦੇਖਣ,

ਮੇਰਾ ਵਜੂਦ ਜਿਵੇਂ ਕੋਈ ਖੇਡ ਦਾ ਪਾਸਾ ਹੋ ਗਿਆ।

ਰੋਂਦੀ ਰੂਹ ਨੂੰ ਨਕਾਬਾਂ ਦੇ ਪਿੱਛੇ ਛੁਪਾ ਲੈਂਦਾ ਹਾਂ,

ਮੈਂ ਝੂਠੀ ਮੁਸਕਾਨ ਨਾਲ ਮਹਿਫ਼ਲ ਸਜਾ ਲੈਂਦਾ ਹਾਂ।

ਕੋਈ ਨਹੀਂ ਪੁੱਛਦਾ ਕਿ ਇਸ ਹਾਸੇ ਪਿੱਛੇ ਦੀ ਕਹਾਣੀ,

ਮੈਂ ਹਰ ਤਕਲੀਫ਼ ਨੂੰ ਆਪਣਾ ਮੁਖੌਟਾ ਬਣਾ ਲੈਂਦਾ ਹਾਂ।

ਮੇਰੀ ਅੱਖ ਦਾ ਹੰਝੂ ਜੇ ਡਿੱਗੇ, ਤਾਂ ਉਹ ਰੰਗ ਕਹਿੰਦੇ ਨੇ,

ਮੇਰੀ ਚੀਕ ਨੂੰ ਉਹ ਮੌਸੀਕੀ ਤੇ ਜੰਗ ਕਹਿੰਦੇ ਨੇ।

ਕੈਸੀ ਕਿਸਮਤ ਲਿਖੀ ਹੈ ਮੇਰੀ ਉਸ ਖ਼ੁਦਾ ਨੇ,

ਕਿ ਮੇਰੀ ਮੌਤ ਦੇ ਜਸ਼ਨ ਨੂੰ ਵੀ ਉਹ ਉਮੰਗ ਕਹਿੰਦੇ ਨੇ।

ਬਹੁਤ ਹੋ ਗਿਆ ਹੁਣ ਇਹ ਕਠਪੁਤਲੀ ਦਾ ਨਾਚ,

ਆਪਣੀ ਅਣਖ ਨੂੰ ਇਸ ਬਾਜ਼ਾਰ ਵਿੱਚ ਵੇਚਣ ਨੂੰ ਕਿਉਂ ਕਹਿੰਦੇ ਨੇ।

ਮਜ਼ਾਕ ਬਣਿਆ ਅੱਜ ਮੇਰਾ ਦੁਨੀਆ ਦੀਆਂ ਨਜ਼ਰਾਂ ਵਿੱਚ,

ਮੈਨੂੰ ਹੁਣ ਮਸਖ਼ਰਾ ਬਣਨ ਲਈ ਕੁਝ ਲੋਕ ਕਿਉਂ ਕਹਿੰਦੇ ਨੇ।

ਕੱਲਾ ਰੁੱਖ

ਮੈਂ ਉਹ ਰੁੱਖ ਹਾਂ ਜਿਸ 'ਤੇ ਹੁਣ ਕੋਈ ਪੰਛੀ ਨਹੀਂ ਬਹਿੰਦਾ,

ਮੇਰੇ ਦਿਲ ਦਾ ਹਾਲ ਹੁਣ ਕੋਈ ਆਪਣਾ ਨਹੀਂ ਕਹਿੰਦਾ।

ਜੜ੍ਹਾਂ ਤਾਂ ਡੂੰਘੀਆਂ ਨੇ, ਪਰ ਟਾਹਣੀਆਂ ਸੁੱਕ ਚੁੱਕੀਆਂ ਨੇ,

ਮੇਰੀਆਂ ਸਾਰੀਆਂ ਉਮੀਦਾਂ ਹੁਣ ਪਤਝੜ ਵਿੱਚ ਮੁੱਕੀਆਂ ਨੇ।

ਮੈਂ ਖੜ੍ਹਾ ਹਾਂ ਉੱਥੇ ਹੀ ਜਿੱਥੇ ਸਭ ਨੇ ਮੈਨੂੰ ਛੱਡਿਆ,

ਇਸ ਦੁਨੀਆ ਨੇ ਮੇਰੇ ਹੀ ਹੱਥੋਂ ਮੇਰਾ ਸਕੂਨ ਵੱਢਿਆ।

ਹੁਣ ਨਾ ਮੈਨੂੰ ਪਾਣੀ ਦੀ ਲੋੜ ਹੈ, ਨਾ ਧੁੱਪ ਦੀ ਤਲਾਸ਼,

ਮੈਂ ਤਾਂ ਬਸ ਖੜ੍ਹਾ ਹਾਂ ਬਣ ਕੇ ਆਪਣੀ ਹੀ ਇੱਕ ਲਾਸ਼।

ਲੋਕ ਆਉਂਦੇ ਨੇ ਮੇਰੇ ਕੋਲ ਸਿਰਫ਼ ਮੈਨੂੰ ਬਾਲਣ ਬਣਾਉਣ ਲਈ,

ਪਰ ਮੇਰੀ ਅੱਗ ਹੁਣ ਮੇਰੇ ਅੰਦਰ ਹੀ ਰਹੇਗੀ,

ਕਿਸੇ ਦਾ ਘਰ ਵਸਾਉਣ ਲਈ ਨਹੀਂ।

ਮੈਂ ਕੱਲਾ ਹਾਂ, ਮੈਂ ਸੁੱਕਾ ਹਾਂ, ਪਰ ਮੈਂ ਹਾਲੇ ਵੀ ਖੜ੍ਹਾ ਹਾਂ,

ਮੈਂ ਆਪਣੀ ਹੀ ਬਰਬਾਦੀ ਦੇ ਜਸ਼ਨ ਵਿੱਚ ਸਭ ਤੋਂ ਅੱਗੇ ਹਾਂ।

ਰਖਵਾਲੇ ਹੀ ਸ਼ਿਕਾਰੀ

ਦੇਖੋ ਸਰਕਾਰ ਅੱਜ ਗਾ ਰਹੀ,

ਮੈਨੂੰ ਮਜ਼ਾਕ ਦਾ ਪਾਤਰ ਬਣਾ ਰਹੀ।

ਲੁੱਟਿਆ ਮੈਨੂੰ ਹੀ ਸਰਕਾਰ ਨੇ,

ਮੈਨੂੰ ਹੀ ਮੁਜਰਮ ਠਹਿਰਾ ਰਹੀ।

ਬਾਂਦਰ ਦੇ ਹੱਥ ਟੱਲੀ ਦਿੱਤੀ,

ਜਿਹਨੂੰ ਜਨਤਾ ਟੈਟਣ ਵਜਾ ਰਹੀ।

ਨੱਚ ਰਹੀ ਸਰਕਾਰ ਵੀ ਅੱਜ,

ਝੂਠ ਦਾ ਢੋਲ ਵਜਾ ਰਹੀ।

ਮੁਜਰਮਾਂ ਦੇ ਹੱਥ ਦੀ ਕਠਪੁਤਲੀ,

ਬਣ ਅੱਜ ਸਰਕਾਰ ਮੇਜ਼ 'ਤੇ ਸਜ ਰਹੀ।

ਕਾਨੂੰਨ ਦੀਆਂ ਅੱਖਾਂ 'ਤੇ ਪੱਟੀ ਬੰਨ੍ਹ ਕੇ,

ਬੇਗੁਨਾਹਾਂ ਦੀ ਬਲੀ ਚੜ੍ਹਾ ਰਹੀ।

ਜਿੱਥੇ ਰਖਵਾਲੇ ਹੀ ਸ਼ਿਕਾਰੀ ਬਣ ਜਾਣ,

ਉੱਥੇ ਅਦਾਲਤਾਂ ਵੀ ਫਿਰ,

ਗੁੰਗੀਆਂ ਵਾਂਗ ਗਾ ਰਹੀ।

ਮੇਰੀ ਹੱਕ ਦੀ ਆਵਾਜ਼ ਅੱਜ,

ਸਰਕਾਰੀ ਸ਼ੋਰ ਵਿੱਚ ਦੱਬ ਰਹੀ।

ਸਿਸਟਮ ਨਾਲ ਜੰਗ

ਜਿਸ ਅਦਾਲਤ ਤੋਂ ਮੰਗਿਆ ਸੀ ਇਨਸਾਫ਼ ਮੈਂ,

ਉੱਥੇ ਸਿਰਫ਼ ਕਾਨੂੰਨ ਦੀਆਂ ਕਿਤਾਬਾਂ ਬੋਲਦੀਆਂ ਨੇ।

ਮਰਦ ਦੇ ਹੰਝੂਆਂ ਦੀ ਕੋਈ ਕੀਮਤ ਨਹੀਂ ਇੱਥੇ,

ਇੱਥੇ ਸਿਰਫ਼ ਔਰਤ ਦੀਆਂ ਸਿਸਕੀਆਂ ਤੋਲਦੀਆਂ ਨੇ।

ਮੈਂ ਵੀ ਤਾਂ ਇਨਸਾਨ ਹਾਂ, ਮੇਰਾ ਵੀ ਤਾਂ ਦਿਲ ਹੈ,

ਪਰ ਮੇਰੇ ਜ਼ਖ਼ਮਾਂ ਨੂੰ ਕੋਈ ਦੇਖਦਾ ਹੀ ਨਹੀਂ।

ਸਮਾਜ ਨੇ ਬਣਾ ਦਿੱਤਾ ਮੈਨੂੰ ਪੱਥਰ ਦਾ ਬੁੱਤ,

ਮੇਰੇ ਅੰਦਰਲੇ ਸ਼ੋਰ ਨੂੰ ਕੋਈ ਲੇਖਦਾ ਹੀ ਨਹੀਂ।

ਜੇ ਮੈਂ ਚੀਕਾਂ ਤਾਂ ਮੈਨੂੰ "ਕਮਜ਼ੋਰ" ਕਿਹਾ ਜਾਂਦਾ ਹੈ,

ਜੇ ਚੁੱਪ ਰਹਾਂ ਤਾਂ "ਗੁਨਾਹਗਾਰ" ਮੰਨ ਲਿਆ ਜਾਂਦਾ ਹੈ।

ਕੈਸਾ ਹੈ ਇਹ ਤਰਾਜ਼ੂ ਇਸ ਅੰਨ੍ਹੇ ਸਿਸਟਮ ਦਾ,

ਜਿੱਥੇ ਮੇਰੇ ਸੱਚ ਨੂੰ ਵੀ "ਅਦਾਕਾਰੀ" ਗਿਣ ਲਿਆ ਜਾਂਦਾ ਹੈ।

ਘਰੇਲੂ ਹਿੰਸਾ ਸਿਰਫ਼ ਇੱਕ ਪਾਸੇ ਨਹੀਂ ਹੁੰਦੀ,

ਪਰ ਮੇਰੀ ਚੀਕ ਕੰਧਾਂ ਦੇ ਅੰਦਰ ਹੀ ਦਮ ਤੋੜ ਜਾਂਦੀ ਹੈ।

ਇਹ ਸਿਸਟਮ, ਇਹ ਕਾਨੂੰਨ, ਇਹ ਦੁਨੀਆ,

ਮੇਰੀ ਹਰ ਦਲੀਲ ਨੂੰ ਮੇਰੇ ਹੀ ਖ਼ਿਲਾਫ਼ ਮੋੜ ਜਾਂਦੀ ਹੈ।

ਮੇਰੀ ਪੱਗ ਦੀ ਅਣਖ ਨੂੰ ਤਾਰ-ਤਾਰ ਕੀਤਾ ਗਿਆ,

ਮੇਰੀ ਇੱਜ਼ਤ ਦਾ ਭਰੇ ਬਾਜ਼ਾਰ ਵਪਾਰ ਕੀਤਾ ਗਿਆ।

ਹੁਣ ਕਲਮ ਹੀ ਮੇਰੀ ਢਾਲ ਹੈ ਤੇ ਕਵਿਤਾ ਹੀ ਮੇਰੀ ਜੰਗ,

ਕਿਉਂਕਿ ਮੇਰੀ ਮਰਦਾਨਗੀ 'ਤੇ ਹੀ ਅੱਜ ਵਾਰ ਕੀਤਾ ਗਿਆ।

ਕਲਮ ਦੀ ਗਵਾਹੀ

ਜਦੋਂ ਸਭ ਨੇ ਮੂੰਹ ਫੇਰ ਲਿਆ,

ਤਾਂ ਮੈਂ ਇਸ ਕਲਮ ਨੂੰ ਸਾਥੀ ਬਣਾ ਦਿੱਤਾ।

ਮੇਰੇ ਦਿਲ ਦੇ ਹਰ ਇੱਕ ਜ਼ਖਮ ਨੂੰ

ਇਸ ਕਾਗਜ਼ ਨੇ ਆਪਣੇ ਨਾਮ ਕੀਤਾ।

ਲੋਕਾਂ ਨੇ ਤਾਂ ਮੇਰੇ ਸੱਚ ਨੂੰ ਵੀ

ਕੋਰਾ ਝੂਠ ਬਣਾ ਦਿੱਤਾ।

ਪਰ ਮੇਰੀ ਕਲਮ ਦੀ ਸਿਆਹੀ ਨੇ

ਮੇਰਾ ਦਰਦ ਪੰਨਿਆਂ 'ਤੇ ਸਾਫ਼ ਲਿਖ ਦਿੱਤਾ।

ਇਹ ਸਿਆਹੀ ਨਹੀਂ, ਮੇਰੇ ਦਿਲ ਦਾ ਲਹੂ,

ਜਿਸਨੇ ਮੇਰੀ ਬਰਬਾਦੀ ਦਾ ਹਿਸਾਬ ਲਿਖ ਦਿੱਤਾ।

ਹੁਣ ਕਿਸੇ ਅਦਾਲਤ ਦੀ ਲੋੜ ਨਹੀਂ ਮੈਨੂੰ,

ਮੇਰੀ ਕਲਮ ਨੂੰ ਹੀ ਗਵਾਹ ਬਣਾ ਦਿੱਤਾ।

ਜਿਸ ਦੁਨੀਆਂ ਨੇ ਮੈਨੂੰ ਮਾਰਨਾ ਚਾਹਿਆ,

ਉਸੇ ਲਈ ਮੇਰੀ ਕਵਿਤਾ ਨੂੰ ਇੱਕ ਸਜ਼ਾ ਬਣਾ ਦਿੱਤਾ।

ਖ਼ੁਦ ਤੋਂ ਬਗ਼ਾਵਤ

ਅੱਜ ਮੇਰੀ ਰੂਹ ਨੇ ਬਗ਼ਾਵਤ ਕਰ ਦਿੱਤੀ,

ਇਸ ਜਿਸਮ ਦੇ ਪਿੰਜਰੇ ਤੋਂ ਨਫ਼ਰਤ ਦੀ ਆਮਦ ਕਰ ਦਿੱਤੀ।

ਬਹੁਤ ਸਹਿ ਲਿਆ ਬੋਝ ਦਰਦਾਂ ਨੂੰ,

ਹੁਣ ਖ਼ੁਦ ਦੀ ਖ਼ਾਮੋਸ਼ੀ ਨਾਲ ਹੀ ਬਗ਼ਾਵਤ ਕਰ ਦਿੱਤੀ।

ਕੀ ਲੈਣਾ ਇਹਨਾਂ ਝੂਠੇ ਰਿਸ਼ਤਿਆਂ ਤੋਂ,

ਜੋ ਸਿਰਫ਼ ਮਤਲਬ ਦੀ ਗੱਲ ਕਰਦੇ ਨੇ।

ਮੈਂ ਦੁਨੀਆ ਦੇ ਇਸ ਦਸਤੂਰ ਨਾਲ,

ਅੱਜ ਪੂਰੀ ਤਰ੍ਹਾਂ ਬਗ਼ਾਵਤ ਕਰ ਦਿੱਤੀ।

ਮੈਨੂੰ ਹੁਣ ਕਿਸੇ ਜੰਨਤ ਦੀ ਚਾਹਤ ਨਹੀਂ,

ਨਾ ਹੀ ਦੋਜ਼ਖ਼ ਦਾ ਕੋਈ ਡਰ ਰਿਹਾ।

ਮੈਂ ਆਪਣੀ ਕਿਸਮਤ ਦੇ ਹਰ ਫ਼ੈਸਲੇ ਨਾਲ,

ਹੁਣ ਬਗ਼ਾਵਤ ਕਰ ਦਿੱਤੀ।

ਬਗ਼ਾਵਤ-ਏ-ਰੂਹ

ਏਹ ਦਰਦ ਜੋ ਮੇਰੇ ਆਪਣੇ ਨੇ,

ਕਿਸੇ ਨੂੰ ਸਮਝਾ ਕੇ ਕੀ ਲੈਣਾ।

ਲਿਖਿਆ ਜੋ ਮੇਰੀ ਕਹਾਣੀ ਵਿੱਚ,

ਕਿਸੇ ਨੂੰ ਪੜ੍ਹਾ ਕੇ ਕੀ ਲੈਣਾ।

ਛੁੱਟਿਆ ਸਾਥ ਜੋ ਤੇਰਾ,

ਤੇਰੇ ਅੱਗੇ ਤਰਲੇ ਪਾ ਕੇ ਕੀ ਲੈਣਾ।

ਵਾਜ਼ਾਂ ਮਾਰਾਂ ਇਜ਼ਰਾਈਲ ਨੂੰ ਹੁਣ ਮੈਂ,

ਜ਼ਿੰਦਾ ਰਹਿ ਕੇ ਕੀ ਲੈਣਾ।

ਖੋਹਿਆ ਖੁਦਾ ਨੇ ਸਭ ਕੁਝ,

ਹੁਣ ਖੁਦਾ ਨੂੰ ਮਨਾ ਕੇ ਕੀ ਲੈਣਾ।

ਕਰਾਂ ਇਬਾਦਤ ਇਬਲੀਸ ਦੀ ਮੈਂ,

ਹੁਣ ਦੁਨੀਆ ਨੂੰ ਡਰਾ ਸਭ ਕੁਝ ਖੋਹ ਲੈਣਾ।

ਸਦੀਆਂ ਤੋਂ ਭਟਕੀ ਰੂਹ ਮੇਰੀ,

ਹੁਣ ਕਿਸੇ ਦਰ 'ਤੇ ਜਾ ਕੇ ਕੀ ਲੈਣਾ।

ਜਦ ਵਿਸ਼ਵਾਸ ਹੀ ਮਿੱਟੀ ਹੋ ਗਿਆ,

ਤੇ ਮਿੱਟੀ ਨੂੰ ਸੀਨੇ ਲਾ ਕੇ ਕੀ ਲੈਣਾ।

ਬਣ ਗਿਆ ਹਾਂ ਮੈਂ ਖੁਦ ਇੱਕ ਸ਼ੈਤਾਨ,

ਹੁਣ ਕਿਸੇ ਦੀ ਦੁਆ ਪਾ ਕੇ ਕੀ ਲੈਣਾ।

ਇਬਲੀਸ ਦੀ ਰਾਹ 'ਤੇ ਤੁਰ ਪਿਆ ਹਾਂ,

ਫ਼ਰਿਸ਼ਤਿਆਂ ਦੀ ਬਸਤੀ ਵੱਸ ਕੇ ਕੀ ਲੈਣਾ।

ਦੋਜ਼ਖ਼ ਦਾ ਬੂਹਾ ਮੱਲ ਲਿਆ ਹੈ,

ਹੁਣ ਜੰਨਤ ਦੇ ਖ਼ਾਬ ਸਜਾ ਕੇ ਕੀ ਲੈਣਾ।

ਇਬਲੀਸ– ਇਸਲਾਮੀ ਪਰੰਪਰਾ ਅਨੁਸਾਰ ਸ਼ੈਤਾਨ ਜਾਂ ਬਗਾਵਤੀ ਰੂਹ,
ਜਿਸਨੇ ਰੱਬ ਦੇ ਹੁਕਮ ਦੀ ਅਣਗਹਿਲੀ ਕੀਤੀ।

ਇਜ਼ਰਾਈਲ– ਇਸਲਾਮੀ ਮੰਨਤਾ ਅਨੁਸਾਰ ਮੌਤ ਦਾ ਫ਼ਰਿਸ਼ਤਾ (ਮਲਕੁਲ ਮੌਤ)।

ਦੋਜ਼ਖ਼– ਨਰਕ, ਸਜ਼ਾ ਜਾਂ ਅਜ਼ਾਬ ਦੀ ਥਾਂ।

ਤਕਦੀਰ ਦੀ ਚੁਣੌਤੀ

ਕੀ ਪੜ੍ਹੇਂਗਾ ਤੂੰ ਮੇਰੇ ਹੱਥ ਦੀਆਂ ਲਕੀਰਾਂ ਨੂੰ,

ਮੈਂ ਤਾਂ ਖ਼ੁਦ ਹੀ ਆਪਣੀ ਤਕਦੀਰ ਬਣਾ ਲਈ ਹੈ।

ਤੂੰ ਦੱਸਦਾ ਹੈਂ ਮੈਨੂੰ ਡੁੱਬਣ ਦੇ ਖ਼ਤਰੇ,

ਮੈਂ ਤਾਂ ਸਮੁੰਦਰ ਵਿੱਚ ਆਪਣੀ ਜਾਗੀਰ ਬਣਾ ਲਈ ਹੈ।

ਪਰਬਤ ਸਰ ਕਰਨ ਤੋਂ ਨਾ ਰੋਕ ਮੈਨੂੰ,

ਦੇਖ ਮੈਂ ਚੋਟੀ ਵੀ ਛੂਹ ਲਈ ਹੈ।

ਤੂਫ਼ਾਨਾਂ ਨੂੰ ਕਹਿ ਦੇ ਹੁਣ ਰਸਤਾ ਨਾ ਬਦਲਣ,

ਮੈਂ ਆਪਣੀ ਬੇੜੀ ਖ਼ੁਦ ਹੀ ਤੂਫ਼ਾਨਾਂ ਵੱਲ ਵਧਾ ਲਈ ਹੈ।

ਹੁਣ ਕਿਸਮਤ ਦੇ ਲਿਖੇ ਦਾ ਕੋਈ ਡਰ ਨਹੀਂ,

ਮੈਂ ਕਲਮ ਆਪਣੀ ਹੱਥੀਂ ਫੜ ਲਈ ਹੈ।

ਹਾਰਾਂ ਨੂੰ ਕਹਿ ਦੇ ਕਿ ਉਹ ਪਿੱਛੇ ਹਟ ਜਾਣ,

ਮੈਂ ਜਿੱਤ ਦੀ ਨਵੀਂ ਇਬਾਰਤ ਘੜ ਲਈ ਹੈ।

ਮੈਦਾਨ ਵਿੱਚ ਇਕੱਲਾ ਹਾਂ ਖੜ੍ਹਾ,

ਹੌਸਲਿਆਂ ਦੀ ਤਲਵਾਰ ਹੱਥ ਫੜ ਲਈ ਹੈ।

ਹੁਣ ਆ ਜਾਵੇ ਭਾਵੇਂ ਮੁਸ਼ਕਿਲਾਂ ਦਾ ਲਸ਼ਕਰ,

ਮੈਂ ਜੰਗ ਨੂੰ ਹੀ ਆਪਣੀ ਹਕੀਕਤ ਤੇ ਕਿਸਮਤ ਬਣਾ ਲਈ ਹੈ।

19

ਕਾਫ਼ਿਰ-ਏ-ਮੁਹੱਬਤ

ਨਾਮ ਰੱਖੋ ਕਾਫ਼ਿਰ ਮੇਰੇ,
ਕਾਫ਼ਿਰ ਕਹੋ ਹੁਣ ਮੈਨੂੰ।

ਮੈਂ ਕਾਫ਼ਿਰ ਹਾਂ ਮੁਹੱਬਤ ਦਾ,
ਬੇਵਫ਼ਾਈਆਂ ਦੀ ਲਾਹਨਤ ਦੇਵੋ ਮੈਨੂੰ।

ਖ਼ੁਦਾ ਨੇ ਮੁਹੱਬਤ ਬਣਾਈ,
ਮੁਹੱਬਤ ਦਾ ਵਿਰੋਧੀ ਕਹੋ ਮੈਨੂੰ।

ਹੁਣ ਨਹਾਉਣਾ ਹੈ ਮੁਹੱਬਤ ਦੇ ਲਹੂ ਨਾਲ,
ਵਫ਼ਾਵਾਂ ਦੀ ਗੱਲ ਨਾ ਕਹੋ ਹੁਣ ਮੈਨੂੰ।

ਜਿਸ ਮੋੜ 'ਤੇ ਲੁੱਟਿਆ ਚੈਨ ਮੇਰਾ,

ਉਸ ਮੋੜ ਦੀ ਹੁਣ ਖ਼ਬਰ ਨਾ ਦਿਓ ਮੈਨੂੰ।

ਮੈਂ ਤੋੜ ਦਿੱਤੇ ਨੇ ਉਹ ਸਭ ਬੁੱਤ ਮੁਹੱਬਤ ਦੇ,

ਹੁਣ ਆਪਣੀ ਹੀ ਅੱਗ ਵਿੱਚ ਸੜਨ ਦਿਓ ਮੈਨੂੰ।

ਮੁਹੱਬਤ ਦੀ ਸਵਾਹ ਮਲਾਂ ਤਨ 'ਤੇ ਮੈਂ,

ਮੁਹੱਬਤ ਦਾ ਸ਼ਮਸ਼ਾਨੀ ਕਹੋ ਮੈਨੂੰ।

ਨਾ ਦਿਓ ਅਸੀਸਾਂ ਮੁਹੱਬਤ ਦੀਆਂ,

ਮੁਹੱਬਤ ਦੀਆਂ ਬਦ-ਦੁਆਵਾਂ ਦਿਓ ਮੈਨੂੰ।

ਜੇ ਮੁਹੱਬਤ ਹਾਰ ਕੇ ਹੀ ਰੂਹ ਆਜ਼ਾਦ ਹੁੰਦੀ ਹੈ,

ਤਾਂ ਫਿਰ ਇਸੇ ਹਾਰ ਦਾ ਜਸ਼ਨ ਕਰ ਲੈਣ ਦਿਓ ਮੈਨੂੰ।

ਮੁਹੱਬਤ ਕਰ ਜਾਵਾਂਗਾ ਦੋਜ਼ਖ਼ ਨੂੰ,

ਜੰਨਤੀ ਨਾ ਕਹੋ ਹੁਣ ਮੈਨੂੰ।

20

ਸ਼ੈਤਾਨ ਦੀ ਪਨਾਹ

ਪਰੋਵਾਂ ਮੋਤੀ ਗ਼ਮਾਂ ਦੇ ਮੈਂ,

ਦੁੱਖਾਂ ਦੀ ਮਾਲਾ ਬਣਾ ਗਲ ਪਾ ਲੈਣਾ।

ਵਜਾਵਾਂ ਢੋਲ ਦੁੱਖਾਂ ਦਾ ਮੈਂ,

ਦੁੱਖ ਦੁਨੀਆ ਤੋਂ ਛੁਪਾ ਕੇ ਕੀ ਲੈਣਾ।

ਹੁਣ ਤਾਂ ਦਰਦ ਸੁਣਨ ਨੂੰ ਰੱਬ ਵੀ ਨਹੀਂ,

ਦੱਸ ਦਰਦ ਸੁਣਾਵਣ ਕਿੱਧਰ ਜਾਵਾਂ।

ਮਿਲਾਂ ਫਿਰ ਜਾ ਕੇ ਮੈਂ ਸ਼ੈਤਾਨ ਨੂੰ ਅੱਜ,

ਸ਼ੈਤਾਨ ਨੂੰ ਦਿਲ ਵਿੱਚ ਵਸਾ ਲੈਣਾ।

ਪਿਆਰ, ਮੁਹੱਬਤ, ਇਬਾਦਤ ਚਿੱਟੇ ਸਭ,

ਇਸ ਦਾ ਰਾਗ ਗਾ ਕੇ ਕੀ ਲੈਣਾ।

ਜਿੱਥੇ ਵਫ਼ਾ ਦੀ ਕੋਈ ਕੀਮਤ ਹੀ ਨਹੀਂ,

ਉੱਥੇ ਸਿਜਦੇ ਵਿੱਚ ਸਿਰ ਝੁਕਾ ਕੇ ਕੀ ਲੈਣਾ।

ਮਾਰਾਂ ਛਾਲ ਮੈਂ ਉਸ ਚੋਟੀ ਤੋਂ,

ਜਿੱਥੇ ਕਿਸੇ ਨੇ ਮੈਨੂੰ ਬਚਾ ਕੇ ਕੀ ਲੈਣਾ।

ਜਦੋਂ ਜ਼ਿੰਦਗੀ ਹੀ ਬਣ ਗਈ ਜੂਆ,

ਤਾਂ ਫਿਰ ਜਿੱਤ ਕੇ ਵੀ ਮੈਂ ਕੀ ਲੈਣਾ।

ਹੁਣ ਖ਼ੂਨ ਨਾਲ ਲਿਖਾਂਗਾ ਅੰਤਿਮ ਦਾਸਤਾਨ,

ਕਿਸੇ ਦੀ ਹਮਦਰਦੀ ਬਣਾ ਕੇ ਕੀ ਲੈਣਾ।

ਜਿਸ ਰਸਤੇ 'ਤੇ ਮੌਤ ਉਡੀਕਦੀ ਹੈ ਮੈਨੂੰ,

ਉਹੀ ਹੁਣ ਮੈਂ ਅਸਲੀ ਰਾਸਤਾ ਅਪਣਾ ਲੈਣਾ।

21

ਹੁਸਨ ਦਾ ਹਸ਼ਰ

ਦੇ ਦੁੱਖੋਂ ਕੇ ਜਾਲ,
ਕਿਆ ਹੈ ਮਲਾਲ,
ਕਿਆ ਮੈਂ ਖੁਦ ਮਰ ਜਾਉਂਗਾ।

ਆ ਦੇਖ ਮੇਰੇ ਹਾਲ।
ਦੋਜ਼ਖ ਕੀ ਆਗ ਕਾ ਕਮਾਲ,
ਮੈਂ ਖੁਦ ਜਲ ਕਰ ਆਇਆ ਹੂੰ।

ਜ਼ਿੰਦਾ ਹੂੰ ਅਬ ਭੀ,
ਦੇਖਣੇ ਤੇਰਾ ਹਾਲ,
ਜਬ ਸ਼ੈਤਾਨ ਤੇਰੀ,
ਰੂਹ ਕੋ ਜਲਾਏਗਾ।

ਤਬ ਦੇਖੁੰਗਾ ਮੈਂ,
ਖੜ੍ਹਾ ਉਸ ਵਕ਼ਤ,
ਤੇਰਾ ਹੁਸਨ ਤੁਝੇ,
ਦੋਜ਼ਖ ਕੀ ਆਗ ਸੇ,
ਕੈਸੇ ਬਚਾ ਪਾਏਗਾ?

ਖੁਦਾ ਭੀ ਨਹੀਂ ਕਰੇਗਾ,
ਕੋਈ ਤਰਸ ਤੇਰੇ ਉੱਪਰ,
ਵੋ ਭੀ ਆਂਖੇਂ ਫਾੜ,
ਮੂਕ-ਦਰਸ਼ਕ ਬਣ ਜਾਏਗਾ।

ਜਿਸ ਹੁਸਨ ਕਾ ਤੁਝੇ,
ਘਮੰਡ ਹੈ ਆਜ,
ਦੇਖ ਇਕ ਦਿਨ ਉਸੀ ਹੁਸਨ ਕੋ,
ਕੁੱਤਾ ਭੀ ਮੂੰਹ,
ਨਹੀਂ ਲਗਾ ਪਾਏਗਾ।

ਜਲੇਗਾ ਜਿਸਮ ਤੇਰਾ ਜਬ,
ਉਸ ਦਿਨ ਤੁਝੇ,
ਮੇਰੀ ਮੁਹੱਬਤ ਕਾ,
ਅਹਿਸਾਸ ਯਾਦ ਆਏਗਾ,
ਤੇਰੀ ਰੂਹ ਕੋ ਖਾ ਜਾਏਗਾ।

ਇਜ਼ਰਾਈਲ ਨੂੰ ਆਵਾਜ਼

ਥੱਕ ਗਿਆ ਹਾਂ ਇਸ ਜੱਗ ਦੇ ਝੂਠੇ ਮੇਲਿਆਂ ਤੋਂ,
ਹੁਣ ਕੋਈ ਸਕੂਨ ਵਾਲੀ ਨੀਂਦ ਸਵਾ ਦੇ ਮੈਨੂੰ।

ਮਾਰੀਆਂ ਆਵਾਜ਼ਾਂ ਇਜ਼ਰਾਈਲ ਨੂੰ ਮੈਂ ਹਰ ਰਾਤ,
ਕਿ ਹੁਣ ਇਸ ਦੁੱਖਾਂ ਦੀ ਕੈਦ 'ਚੋਂ ਛੁਡਾ ਦੇ ਮੈਨੂੰ।

ਨਾ ਕੋਈ ਉਮੀਦ ਬਚੀ, ਨਾ ਕੋਈ ਖ਼ੁਆਬ ਰਿਹਾ,
ਮੇਰੀ ਹਸਤੀ ਦਾ ਹੁਣ ਕੋਈ ਜਵਾਬ ਨਾ ਰਿਹਾ।

ਜ਼ਿੰਦਾ ਤਾਂ ਹਾਂ ਪਰ ਸਾਹਾਂ 'ਚ ਕੋਈ ਜਾਨ ਨਹੀਂ,
ਮੇਰੇ ਦਰਦਾਂ ਦਾ ਹੁਣ ਕੋਈ ਹਿਸਾਬ ਨਾ ਰਿਹਾ।

ਆ ਜਾ ਹੁਣ, ਕਿ ਤੇਰਾ ਇੰਤਜ਼ਾਰ ਬਾਕੀ ਹੈ,
ਮੇਰੀ ਰੂਹ ਦਾ ਤੇਰੇ ਨਾਲ ਇੱਕ ਕਰਾਰ ਬਾਕੀ ਹੈ।

ਮੈਂ ਹੱਸ ਕੇ ਗਲੇ ਲਗਾ ਲਵਾਂਗਾ ਤੈਨੂੰ,
ਬਸ ਇਸ ਜ਼ਿੰਦਗੀ ਤੋਂ ਛੁਟਕਾਰਾ ਬਾਕੀ ਹੈ।

ਸਫ਼ੇਦ ਚਾਦਰ

ਅੱਜ ਕੁਝ ਯਾਰ ਮੈਨੂੰ
ਧਰ ਗਏ ਸੀ ਕਬਰੀਂ,
ਖ਼ੁਸ਼ੀਆਂ ਵਿੱਚ ਨੱਚਦੇ-ਗਾਉਂਦੇ
ਛੱਡ ਗਏ ਸੀ ਜਬਰੀ।

ਪਿੱਛੇ ਮੁੜ ਕਿਸੇ ਨਾ ਤੱਕਿਆ,
ਜਾਂਦੇ ਹੋਏ ਝੂਠੀ-ਮੁੱਠੀ,
ਕਿਸੇ ਨਾ ਆਵਾਜ਼ ਮਾਰੀ ਮੈਨੂੰ,
ਹੱਸਦੇ ਹੋਏ ਖਾ ਰਹੇ ਸੀ ਬਰਫੀ।

ਹੰਝੂਆਂ ਵਿੱਚ ਭਿੱਜੇ ਤੱਕੇ,
ਅੱਜ ਮੇਰੀ ਚਾਦਰ ਸਫ਼ੇਦ ਸੀ ਅਸਲੀ।

ਜੇਬਾਂ ਵੀ ਮੈਨੂੰ ਖ਼ਾਲੀ ਦਿੱਸੀਆਂ,
ਪਰ ਜੇਬਾਂ ਵਿੱਚ ਭਾਰ ਸੀ ਅਸਲੀ।

ਛੱਡ ਗਏ ਸਾਕ-ਸਬੰਧੀ ਮੈਨੂੰ,

ਓਹਨਾਂ ਦਾ ਮੇਰਾ ਰਿਸ਼ਤਾ ਸੀ ਨਕਲੀ।

ਰੱਬ ਨੂੰ ਕੋਸਿਆ ਮੈਂ ਫਿਰ ਜਦ,

ਦੇਖ ਜੱਗ ਦੀ ਹਕੀਕਤ ਅਸਲੀ।

ਮੇਰੀ ਖ਼ਾਮੋਸ਼ੀ ਦੇ ਸ਼ੋਰ ਨੂੰ

ਕੋਈ ਸਮਝ ਨਾ ਸਕਿਆ ਅਸਲੀ।

ਮੇਰੀ ਮੈਲੀ ਚਾਦਰ ਦੇ ਦਾਗ਼ ਜੋ,

ਉਹ ਅੱਜ ਵੀ ਲੱਗਦੇ ਨੇ ਲੋਕਾਂ ਨੂੰ ਅਸਲੀ।

24

ਬਰਬਾਦੀ ਦਾ ਜਸ਼ਨ

ਚੱਲ ਇੱਕ ਰਿਸ਼ਤਾ,
ਹਮ ਬਰਬਾਦ ਕਰਤੇ ਹੈਂ।

ਜੋ ਹੋ ਚੁੱਕਾ ਹੈ ਖ਼ਰਾਬ,
ਉਸੇ ਹੋਰ ਬਰਬਾਦ ਕਰਤੇ ਹੈਂ।

ਤੁਮ ਚੱਲਣਾ ਅਪਨੇ ਰਾਸਤੇ,
ਹਮ ਅਪਨੀ ਰਾਹ ਆਬਾਦ ਕਰਤੇ ਹੈਂ।

ਜਬ ਕਭੀ ਯਾਦ ਆਏ ਮੇਰੀ,
ਇੱਕ ਵਾਅਦਾ ਯਾਦ ਰੱਖਣਾ।

ਬਰਬਾਦ ਕੀਆ ਥਾ ਜੋ ਤੁਮਨੇ,
ਅੱਜ ਹਮ ਫਿਰ ਸੇ ਬਰਬਾਦ ਕਰਤੇ ਹੈਂ।

ਮਤ ਭਟਕਨਾ,
ਲੇਕਰ ਆਂਸੂ ਮੇਰੀ ਯਾਦੋਂ ਕੇ।

ਚੱਲ ਆ ਕੁਝ ਬਚ ਚੁੱਕੇ,
ਰਿਸ਼ਤੇ ਕੋ ਫਿਰ ਸੇ ਬਰਬਾਦ ਕਰਤੇ ਹੈਂ।

ਢੂੰਢਨੇ ਪਰ ਭੀ ਨਾ ਮਿਲੂੰਗਾ ਜੋ ਮੈਂ,
ਤੁਮਨੇ ਜ਼ਿੰਦਗੀ ਬਰਬਾਦ ਕੀ ਜਿਸਕੀ।

ਅੱਜ ਵੋ ਕਬਰਸਤਾਨੋਂ ਕੋ ਆਬਾਦ ਕਰਤੇ ਹੈਂ,
ਚੱਲ ਅੱਜ ਇੱਕ ਰਿਸ਼ਤਾ,
ਹਮ ਫਿਰ ਸੇ ਬਰਬਾਦ ਕਰਤੇ ਹੈਂ......

ਆਸ ਦੀ ਕਿਰਨ

ਹਨੇਰਾ ਬਹੁਤ ਹੈ, ਪਰ ਮੈਂ ਹਾਰ ਨਹੀਂ ਮੰਨਾਂਗਾ,

ਮੈਂ ਖ਼ੁਦ ਨੂੰ ਹਾਲਾਤਾਂ ਦੇ ਅੱਗੇ ਨਹੀਂ ਸੁੱਟਾਂਗਾ।

ਜੇ ਦੀਵਾ ਬੁਝ ਗਿਆ ਤਾਂ ਕੀ ਹੋਇਆ,

ਮੈਂ ਆਪਣੇ ਅੰਦਰ ਦੀ ਅੱਗ ਨਾਲ ਰਸਤਾ ਲੱਭਾਂਗਾ।

ਲੋਕਾਂ ਨੇ ਚਾਹਿਆ ਸੀ ਕਿ ਮੈਂ ਬਿਖਰ ਜਾਵਾਂ,

ਪਰ ਮੈਂ ਹਰ ਟੁਕੜੇ ਨੂੰ ਜੋੜ ਕੇ ਫਿਰ **ਖੜ੍ਹਾ** ਹੋਵਾਂਗਾ।

ਮੇਰੀ ਦਾਸਤਾਨ ਅਜੇ ਖ਼ਤਮ ਨਹੀਂ ਹੋਈ, ਵੀਰੇ,

ਮੈਂ ਆਪਣੀ ਕਿਸਮਤ ਦਾ ਅਗਲਾ ਸਫ਼ਾ ਖੁਦ ਲਿਖਾਂਗਾ।

ਮੇਰੀ ਕਲਮ ਹੁਣ ਮੇਰੀ ਮਸ਼ਾਲ ਬਣੇਗੀ,

ਮੈਂ ਆਪਣੀ ਰਾਖ ਵਿੱਚੋਂ ਹੀ ਨਵਾਂ ਇਤਿਹਾਸ ਸਿਰਜਾਂਗਾ।

ਬੇਤਲਾਸ਼

ਖੁਦ ਕੋ ਖੁਦ ਸੇ ਹੀ,

ਜੋ ਮਾਨੇ ਜੁਦਾ ਕਰ ਲਿਆ ਹੈ,

ਢੂੰਢਨੇ ਗਏ ਥੇ ਖੁਦ ਕੋ,

ਖੁਦ ਕੋ ਹੀ ਗੁਮ ਕਰ ਲਿਆ ਹੈ।

ਤਰਾਸ਼ ਰਿਹਾ ਥਾ ਇਕ ਮੂਰਤ ਖੁਦ ਕੀ,

ਖੁਦ ਕਾ ਹੀ ਅਕਸ ਜੁਦਾ ਕਰ ਲਿਆ ਹੈ।

ਮਾਰ ਰਹਾ ਹੂੰ ਖੁਦ ਕੋ ਹੀ ਮੈਂ,

ਖੁਦ ਹੀ ਕੀ ਯਾਦ ਮੇਂ।

ਦੇਖਨੇ ਵਾਲੇ ਕਹਤੇ ਹੈਂ,

ਮੈਂਨੇ ਖੁਦ ਕੋ ਪਾਗਲ ਕਰ ਲਿਆ ਹੈ।

ਮਤ ਕਰ ਤਲਾਸ਼ ਖੁਦ ਕੀ ਅਭੀ,

ਮੈਂਨੇ ਖੁਦ ਕੋ ਬੇਤਲਾਸ਼ ਕਰ ਲਿਆ ਹੈ।

ਅਬ ਖੁਦ ਸੇ ਨਾ ਕੋਈ ਜੁਸਤਜੂ,

ਨਾ ਹੀ ਕੋਈ ਆਰਜ਼ੂ ਬਚੀ,

ਮੈਂਨੇ ਤਰਕ-ਏ-ਤਅੱਲੁਕ

ਖੁਦ ਸੇ ਹੀ ਕਰ ਲਿਆ ਹੈ।

ਕਰ ਚੁੱਕਾ ਹੂੰ ਫ਼ਨਾ ਮੈਂ ਖੁਦ ਕੋ,

ਕਬਰ ਮੇਂ ਦੇਖੋ ਇਸ ਤਰ੍ਹਾਂ,

ਮੈਂਨੇ ਖੁਦ ਕੋ ਹੀ ਇਜ਼ਰਾਈਲ

ਕੇ ਹਵਾਲੇ ਕਰ ਦਿੱਆ ਹੈ।

27

ਰਾਖ ਤੋਂ ਨੂਰ

ਸੜ ਕੇ ਵੀ ਖ਼ਤਮ ਨਹੀਂ ਹੋਇਆ ਮੈਂ,
ਰਾਖ ਬਣ ਕੇ ਵੀ ਜਿੰਦਾ ਹਾਂ।

ਜਿਸ ਅੱਗ ਨੇ ਸਾੜਿਆ ਸੀ ਮੈਨੂੰ,
ਉਸੇ ਵਿੱਚੋਂ ਹੀ ਨੂਰ ਚੁਣਦਾ ਹਾਂ।

ਡਿੱਗਿਆ ਸੀ ਮੈਂ ਸੈਂਕੜੇ ਵਾਰੀ,
ਪਰ ਧਰਤੀ ਨੇ ਮੈਨੂੰ ਠੁਕਰਾਇਆ ਨਹੀਂ,

ਮੇਰੀ ਰੂਹ ਨੇ ਹਾਰ ਮੰਨੀ ਨਹੀਂ,
ਮੇਰੇ ਅੰਦਰ ਦਾ ਰੱਬ ਮਰਿਆ ਨਹੀਂ।

ਤੂਫ਼ਾਨਾਂ ਨਾਲ ਯਾਰੀ ਪਾ ਲਈ,
ਹੁਣ ਡਰ ਕਿਸ ਗੱਲ ਦਾ ਰਹਿੰਦਾ ਹੈ,

ਜਿਸ ਨੇ ਮੌਤ ਨੂੰ ਨੇੜੇ ਵੇਖ ਲਿਆ,
ਉਹ ਜੀਣਾ ਵੀ ਸਿੱਖ ਜਾਂਦਾ ਹੈ।

ਅੰਗਾਰਿਆਂ ਨੂੰ ਸੀਨੇ ਨਾਲ ਲਾਇਆ,
ਉਹੀ ਮੇਰੀ ਤਾਕਤ ਬਣ ਗਏ,

ਜਿਨ੍ਹਾਂ ਨੇ ਮੈਨੂੰ ਤੋੜਨਾ ਚਾਹਿਆ,
ਉਹੀ ਮੇਰੇ ਸਬਕ ਬਣ ਗਏ।

28

ਮਰਦ ਦੀ ਖਾਮੋਸ਼ੀ

ਚੀਕਾਂ ਅੰਦਰ ਹੀ ਦੱਬ ਲਈਆਂ,
ਕਿਉਂਕਿ ਮਰਦ ਰੋਂਦੇ ਨਹੀਂ ਕਹਿੰਦੇ ਨੇ।

ਦਰਦ ਨੂੰ ਹਾਸੇ ਨਾਲ ਢੱਕ ਲਿਆ,
ਕਿਉਂਕਿ ਮਰਦ ਟੁੱਟਦੇ ਨਹੀਂ ਕਹਿੰਦੇ ਨੇ।

ਪਰ ਕੌਣ ਜਾਣੇ ਅੰਦਰਲਾ ਸਾਗਰ,
ਜਿਸ ਵਿੱਚ ਤੂਫ਼ਾਨ ਵੀ ਸੌਂਦੇ ਨੇ।

ਕੌਣ ਵੇਖੇ ਉਹ ਖ਼ਾਮੋਸ਼ ਜੰਗ,
ਜਿੱਥੇ ਅੱਖਰ ਵੀ ਖ਼ੂਨ ਰੋਂਦੇ ਨੇ।

ਮੈਂ ਵੀ ਇਕ ਮਰਦ ਹਾਂ,
ਪਰ ਅੰਦਰੋਂ ਪੱਥਰ ਨਹੀਂ ਹਾਂ।

ਜੇ ਰੋ ਲਿਆ ਤਾਂ ਕਮਜ਼ੋਰ ਨਹੀਂ,
ਸਿਰਫ਼ ਇਕ ਇਨਸਾਨ ਹਾਂ,
ਮੈਂ ਕੋਈ ਪੱਥਰ ਨਹੀਂ।

ਹਰ ਮੁਸਕਾਨ ਦੇ ਪਿੱਛੇ ਇੱਕ ਕਹਾਣੀ ਹੁੰਦੀ ਹੈ,
ਜੋ ਕਿਸੇ ਨੂੰ ਦਿਖਾਈ ਨਹੀਂ ਦਿੰਦੀ।

ਮਰਦ ਦੀ ਚੁੱਪੀ ਵੀ ਇੱਕ ਚੀਕ ਹੁੰਦੀ ਹੈ,
ਜੋ ਅੰਦਰ ਹੀ ਅੰਦਰ ਗੂੰਜਦੀ ਰਹਿੰਦੀ।

29

ਅਖੀਰ ਮੈਂ ਹੀ ਕਾਫ਼ੀ ਹਾਂ

ਲੱਭਦਾ ਰਿਹਾ ਸਹਾਰਾ ਬਾਹਰ,
ਹਰ ਦਰ 'ਤੇ ਜਾ ਕੇ ਟੁੱਟਿਆ ਹਾਂ।

ਜਿਨ੍ਹਾਂ ਨੂੰ ਆਪਣਾ ਸਮਝਿਆ ਸੀ,
ਉਹਨਾਂ ਦੇ ਹੱਥੋਂ ਹੀ ਲੁੱਟਿਆ ਹਾਂ।

ਅੱਜ ਆਇਨੇ ਸਾਹਮਣੇ ਖੜ੍ਹਾ ਹੋਇਆ,
ਪਹਿਲੀ ਵਾਰੀ ਸੱਚ ਨਜ਼ਰ ਆਇਆ।

ਨਾ ਕੋਈ ਹੀਰੋ ਆਉਣਾ ਸੀ ਬਚਾਉਣ,
ਨਾ ਕੋਈ ਰੱਬ ਇਸ ਧਰਤੀ 'ਤੇ ਆਉਣਾ ਸੀ।

ਅਖੀਰ ਸਮਝ ਆ ਗਿਆ,
ਮੈਂ ਹੀ ਆਪਣਾ ਸਹਾਰਾ ਹਾਂ।

ਜਦ ਤੱਕ ਮੈਂ ਖੁਦ ਨਾਲ ਖੜ੍ਹਾ ਹਾਂ,
ਮੈਂ ਦੁਨੀਆ ਤੋਂ ਨਹੀਂ ਹਾਰਿਆ ਹਾਂ।

ਡਿੱਗ ਕੇ ਵੀ ਮੈਂ ਉੱਠ ਸਕਦਾ ਹਾਂ,
ਕਿਉਂਕਿ ਹੌਸਲਾ ਮੇਰੇ ਅੰਦਰ ਵੱਸਦਾ ਹੈ।

ਜਿਸ ਦਿਨ ਮੈਂ ਖੁਦ ਨੂੰ ਮੰਨ ਲਿਆ,
ਉਹੀ ਦਿਨ ਮੇਰਾ ਜਿੱਤਦਾ ਦਿਨ ਬਣਦਾ ਹੈ।

30

ਮਸਾਣ

ਖ਼ੂਨ ਵਿੱਚ ਭਿੱਜੀ ਮੇਰੀ ਰੂਹ,
ਰੰਗ ਮੇਰਾ ਲਾਲ ਹੋ ਗਿਆ।

ਮਰਦੇ-ਮਰਦੇ ਦੇਖੇ ਅੱਜ,
ਫਿਰ ਤੋਂ ਮੈਂ ਜਵਾਨ ਹੋ ਗਿਆ।

ਲਾਸ਼ਾਂ ਦੇ ਢੇਰ 'ਤੇ ਨੱਚਦਾ ਮੈਂ,
ਮੰਜ਼ਰ ਬਹੁਤ ਖ਼ੌਫਨਾਕ ਹੋ ਗਿਆ।

ਬਲਦੀਆਂ ਚੀਕਾਂ ਵਿੱਚ ਦੇਖੇ,
ਕੋਈ ਅੱਜ ਮਸਾਣ ਹੋ ਗਿਆ।

ਸ਼ਮਸ਼ਾਨ ਦੇ ਰਾਹ ਵਿੱਚ,
ਅੱਜ ਮੇਰਾ ਮਕਾਮ ਹੋ ਗਿਆ।

ਖੌਫ਼ ਖਾਂਦੇ ਹੁਣ ਮੁਰਦੇ ਮੇਰੇ ਤੋਂ,
ਸ਼ੈਤਾਨ ਮੇਰਾ ਨਾਮ ਹੋ ਗਿਆ।

ਨਾ ਰੋਕੋ ਹੁਣ ਮੇਰੀ ਪਿਆਸ ਨੂੰ,
ਲਹੂ ਦਾ ਹੁਣ ਜਾਮ ਹੋ ਗਿਆ।

ਜਿਸ ਮਿੱਟੀ ਨੇ ਮਾਰਿਆ ਸੀ ਮੈਨੂੰ,
ਉਸੇ ਲਈ ਮੈਂ ਕਾਲ ਹੋ ਗਿਆ।

ਨਾ ਕੋਈ ਮੰਦਰ, ਨਾ ਕੋਈ ਮਸਜਿਦ,
ਬੱਸ ਸ਼ਮਸ਼ਾਨ ਹੀ ਮੇਰਾ ਮਕਾਨ ਹੋ ਗਿਆ।

ਜਦੋਂ ਮੈਂ ਰਿਸ਼ਤੇ ਸਾੜ ਦਿੱਤੇ ਆਪਣੇ,
ਤਾਂ ਮੈਂ ਹੀ ਅੱਜ ਸ਼ੈਤਾਨ ਹੋ ਗਿਆ।

31

ਸਜ਼ਾ

ਇੱਕ ਦਿਨ ਤੁਝੇ ਯੇਹ
ਸਜ਼ਾ ਜ਼ਰੂਰ ਮਿਲੇਗੀ,

ਕਿਆ ਮੁਝੇ ਬਰਬਾਦ,
ਮੁਝੇ ਵਜ਼ਾ ਜ਼ਰੂਰ ਮਿਲੇਗੀ।

ਮਾਂਗੇਗੀ ਤੂੰ ਮੌਤ ਕੀ ਹਸਰਤ,
ਮੌਤ ਤੁਝੇ ਮੇਰੀ ਆਗੋਸ਼ ਮੇਂ ਮਿਲੇਗੀ।

ਜੋ ਜ਼ਹਿਰ ਤੂੰਨੇ ਪਿਲਾਇਆ ਮੁਝੇ,
ਵਹੀ ਤੁਝੇ ਪੀਨੇ ਕੀ ਵਜ਼ਾ ਮਿਲੇਗੀ।

ਜੋ ਖ਼ਾਬ ਮੇਰੇ ਤੂੰਨੇ ਜਲਾਏ,
ਵਹੀ ਆਗ ਇੱਕ ਦਿਨ ਤੁਝੇ ਭੀ ਮਿਲੇਗੀ।

ਤੜਪੇਗੀ ਤੂੰ ਭੀ ਮੇਰੀ ਵਫ਼ਾ ਕੋ,
ਜਬ ਦੁਨੀਆ ਸੇ ਤੁਝੇ ਠੋਕਰੋਂ ਮਿਲੋਂਗੀ।

ਮੁਝ ਕੋ ਭੁਲਨੇ ਵਾਲੀ,
ਤੁਝਕੋ ਸਾਏ ਸੇ ਡਰਨੇ ਕੀ ਵਜ੍ਹਾ ਮਿਲੇਗੀ।

ਭਟਕੇਗੀ ਲੈ ਕੇ ਖ਼ੁਦ ਕੀ ਲਾਸ਼,
ਹਰ ਚੌਰਾਹੇ ਪੇ ਬਦਦੁਆ ਮਿਲੇਗੀ।

ਨਹੀਂ ਮਿਲੇਗਾ ਸੱਚਾ ਪਿਆਰ ਤੁਝੇ,
ਹਰ ਸ਼ਾਮ ਬਿਸਤਰ ਕੀ ਗਰਮੀ ਮਿਲੇਗੀ।

ਸਭ ਮਿਲੇਗਾ ਤੁਝੇ ਇੱਕ ਦਿਨ,
ਪਰ ਤੇਰੀ ਰੂਹ ਕੋ ਸਕੂਨ ਕੀ ਸ਼ਾਮ ਨਾ ਮਿਲੇਗੀ।

ਮੌਤ ਦਾ ਫ਼ਰਮਾਨ

ਅੱਜ ਜ਼ਿੰਦਗੀ ਦੇ ਹਰ ਪੰਨੇ 'ਤੇ,

ਹਰ ਰੋਜ਼ ਨਵੀਂ ਕਹਾਣੀ ਦਾ ਆਗਾਜ਼ ਹੋ ਰਿਹਾ ਹੈ,

ਨਵੀਆਂ ਖ਼ੁਸ਼ੀਆਂ ਦਿਖ ਨਹੀਂ ਰਹੀਆਂ,

ਪੁਰਾਣੇ ਜ਼ਖਮਾਂ ਦਾ ਆਗਾਜ਼ ਹੋ ਰਿਹਾ ਹੈ।

ਬਣ ਰਿਹਾ ਹਾਂ ਖ਼ੁਦ ਦਾ ਦੁਸ਼ਮਣ,

ਦੁਨੀਆ ਲਈ ਮੇਰਾ ਨਵਾਂ ਆਗਾਜ਼ ਹੋ ਰਿਹਾ ਹੈ,

ਜ਼ਿੰਦਾ ਸਾਂ ਹੁਣ ਤਾਈਂ,

ਪਰ ਅੱਜ ਮੇਰੀ ਮੌਤ ਦਾ ਫ਼ਰਮਾਨ ਹੋ ਰਿਹਾ ਹੈ।

ਮੇਰੇ ਤੋਂ ਕੁਦਰਤ ਵੀ ਬੌਖਲਾਈ,
ਦਰਦ ਮੇਰਾ ਹੁਣ ਬੇਮਿਸਾਲ ਹੋ ਰਿਹਾ ਹੈ,

ਕਲਮ ਵੀ ਹੁਣ ਰੋਣ ਲੱਗੀ ਹੈ,
ਮੇਰੇ ਦੁੱਖਾਂ ਦਾ ਵਪਾਰ ਹੋ ਰਿਹਾ ਹੈ।

ਜਿਸ ਨੂੰ ਆਪਣਾ ਮੰਨਿਆ ਸੀ ਆਪਣਾ,
ਓਹੀ ਅੱਜ ਮੇਰੀ ਬਰਬਾਦੀ ਦਾ ਰਾਜ਼ਦਾਰ ਹੋ ਰਿਹਾ ਹੈ।

ਛੱਡ ਚੱਲੇ ਉਹ ਅੱਧ-ਵਿਚਕਾਰ,
ਲੱਗਦਾ ਹੈ ਉਸਦਾ ਜੀਵਨ ਸਾਕਾਰ ਹੋ ਰਿਹਾ ਹੈ,

ਮੈਂ ਹਰ ਥਾਂ ਮਿੱਟੀ ਖਿਲਾਰੀ,
ਮਿੱਟੀ ਦਾ ਹੀ ਮਜ਼ਾਕ ਹੋ ਰਿਹਾ ਹੈ।

ਚੱਲ ਦਿਲਾ ਹੁਣ ਚੱਲੀਏ ਨਵੀਂ ਥਾਂ,

ਮੇਰੀ ਕਬਰ ਦਾ ਵੀ ਗਲਤ ਇਸਤੇਮਾਲ ਹੋ ਰਿਹਾ ਹੈ,

ਏਥੇ ਜ਼ਿੰਦਿਆਂ ਦਾ ਕੀ ਮੁੱਲ,

ਹੁਣ ਤਾਂ ਹਰ ਗਲੀ ਸ਼ਮਸ਼ਾਨ ਹੋ ਰਿਹਾ ਹੈ।

ਦੇਖ ਚਲਾਕੀ ਦੁਨੀਆ ਦੀ,

ਸ਼ੈਤਾਨ ਵੀ ਹੁਣ ਪਰੇਸ਼ਾਨ ਹੋ ਰਿਹਾ ਹੈ।

ਤੁਹਾਡਾ ਦਰਦ ਇੱਥੇ ਲਿਖੋ...

ਕੀ ਤੁਸੀਂ ਵੀ ਕਦੇ ਆਪਣੇਆਂ ਤੋਂ ਟੁੱਟੇ ਹੋ?
ਕੀ ਕਿਸੇ ਨੇ ਤੁਹਾਡੀ ਖ਼ਾਮੋਸ਼ੀ ਨੂੰ ਕਮਜ਼ੋਰੀ ਸਮਝਿਆ?
ਕੀ ਰਾਤਾਂ ਨੇ ਤੁਹਾਡਾ ਸੱਚ ਸੁਣਿਆ, ਪਰ ਦੁਨੀਆ ਨੇ ਨਹੀਂ?

ਜੇ ਇਹ ਕਵਿਤਾਵਾਂ ਤੁਹਾਡੇ ਦਿਲ ਨੂੰ ਚੀਰ ਗਈਆਂ ਨੇ,
ਜੇ ਕਿਸੇ ਲਫ਼ਜ਼ ਨੇ ਤੁਹਾਡੀ ਰੂਹ ਨੂੰ ਛੂਹਿਆ ਹੈ,
ਤਾਂ ਹੁਣ ਵਾਰੀ ਤੁਹਾਡੀ ਹੈ।

ਕਈ ਵਾਰੀ ਦਰਦ ਬੋਲਦਾ ਨਹੀਂ,
ਉਹ ਸਿਰਫ਼ ਲਿਖਿਆ ਜਾਂਦਾ ਹੈ।
ਕਈ ਵਾਰੀ ਚੁੱਪੀ ਇੱਕ ਚੀਕ ਹੁੰਦੀ ਹੈ,
ਜੋ ਕਾਗਜ਼ 'ਤੇ ਆ ਕੇ ਹੀ ਸਾਹ ਲੈਂਦੀ ਹੈ।

ਇਹ ਸਫ਼ਾ ਖ਼ਾਲੀ ਨਹੀਂ —
ਇਹ ਤੁਹਾਡੀ ਕਹਾਣੀ ਦੀ ਉਡੀਕ ਕਰ ਰਿਹਾ ਹੈ।
ਨਾ ਕੋਈ ਜੱਜ ਕਰੇਗਾ,
ਨਾ ਕੋਈ ਰੋਕੇਗਾ।

ਜੋ ਕਹਿ ਨਾ ਸਕੇ, ਉਹ ਲਿਖ ਦਿਓ।
ਸ਼ਾਇਦ ਇੱਥੋਂ ਹੀ ਤੁਹਾਡੀ ਰੂਹ ਦੀ ਮੁਕਤੀ ਸ਼ੁਰੂ ਹੋਵੇ।

ਜੇ ਲਿਖ ਲਿਆ ਹੈ — ਹੁਣ ਸੰਭਾਲ ਕੇ ਰੱਖੋ।

ਲੇਖਕ ਬਾਰੇ

ਜਗਦੀਪ ਸਿੰਘ ਸਿਰਫ਼ ਕਵਿਤਾਵਾਂ ਨਹੀਂ ਲਿਖਦਾ — ਉਹ ਆਪਣੇ ਜ਼ਖ਼ਮ

ਲਿਖਦਾ ਹੈ।

ਉਸਦੀ ਲਿਖਤ ਕਿਸੇ ਕਲਪਨਾ ਦੀ ਪੈਦਾਵਾਰ ਨਹੀਂ,

ਸਗੋਂ ਜੀਏ ਹੋਏ ਹਕੀਕਤ ਦਾ ਅਕਸ ਹੈ।

ਜ਼ਿੰਦਗੀ ਦੇ ਔਖੇ ਮੋੜ, ਟੁੱਟੇ ਰਿਸ਼ਤੇ,

ਅੰਦਰੂਨੀ ਜੰਗਾਂ ਅਤੇ ਸਮਾਜਕ ਚੁੱਪੀਆਂ —

ਇਹ ਸਭ ਉਸਦੀ ਕਲਮ ਦੇ ਸਾਥੀ ਰਹੇ ਹਨ।

ਉਸਨੇ ਦਰਦ ਨੂੰ ਦਬਾਇਆ ਨਹੀਂ,

ਉਸਨੇ ਉਸਨੂੰ ਕਾਗਜ਼ 'ਤੇ ਉਤਾਰਿਆ ਹੈ।

"ਏਹ ਦਰਦ ਜੋ ਮੇਰੇ ਆਪਣੇ ਨੇ"

ਉਸਦੀ ਰੂਹ ਦੀ ਉਹ ਆਵਾਜ਼ ਹੈ

ਜੋ ਕਈ ਸਾਲਾਂ ਤੱਕ ਅੰਦਰ ਹੀ ਅੰਦਰ ਸੜਦੀ ਰਹੀ।

ਇਹ ਕਿਤਾਬ ਕਿਸੇ ਦੇ ਵਿਰੁੱਧ ਨਹੀਂ,

ਪਰ ਆਪਣੇ ਆਪ ਦੇ ਹੱਕ ਵਿੱਚ ਲਿਖੀ ਗਈ ਹੈ।

ਜਗਦੀਪ ਦੀ ਲਿਖਤ ਦਾ ਮਕਸਦ ਸਿਰਫ਼ ਕਹਾਣੀ ਸੁਣਾਉਣਾ ਨਹੀਂ,

ਸਗੋਂ ਉਹਨਾਂ ਦਿਲਾਂ ਤੱਕ ਪਹੁੰਚਣਾ ਹੈ

ਜੋ ਚੁੱਪਚਾਪ ਲੜ ਰਹੇ ਹਨ।

ਉਹ ਮੰਨਦਾ ਹੈ ਕਿ ਹਰ ਇਨਸਾਨ ਦੇ ਅੰਦਰ

ਇੱਕ ਕਹਾਣੀ ਹੁੰਦੀ ਹੈ,

ਅਤੇ ਜਦੋਂ ਉਹ ਕਹਾਣੀ ਲਿਖੀ ਜਾਂਦੀ ਹੈ,

ਉੱਥੋਂ ਹੀ ਮੁਕਤੀ ਦੀ ਸ਼ੁਰੂਆਤ ਹੁੰਦੀ ਹੈ।

ਇਹ ਉਸਦੀ ਪਹਿਲੀ ਕਿਤਾਬ ਹੈ —

ਪਰ ਕਹਾਣੀ ਇੱਥੇ ਮੁੱਕਦੀ ਨਹੀਂ।

ਵਾਲਿਊਮ 2 ਬਹੁਤ ਜਲਦ ਹਾਜ਼ਰ ਹੋਵੇਗਾ।

ਇਹ ਅੰਤ ਨਹੀਂ —

ਮੇਰੀ ਯਾਤਰਾ ਹੁਣੇ ਸ਼ੁਰੂ ਹੋਈ ਹੈ।

ਸਿਰਫ਼ ਪਹਿਲਾ ਅਧਿਆਇ ਮੁੱਕਿਆ ਹੈ।